Tủ Sách Bảo Anh Lạc 152

NGHI THỨC TRUYỀN NĂM GIỚI, MƯỜI GIỚI & BỒ TÁT GIỚI TẠI GIA

Biên soạn

Thích Nữ Giới Hương

Nhà Xuất bản
HƯƠNG SEN

HƯƠNG SEN BUDDHIST TEMPLE
19865 Seaton Avenue, Perris, CA 92570, USA
Tel: 951-657-7272, Cell: 951-616-8620
Email: Hươngsentemple@gmail.com
thichnugioiHương@yahoo.com
Fanpage: Hương Sen
Web: www.Hươngsentemple.com

First Edition 2026 by Huong Sen Buddhist Temple in the United States.

MỤC LỤC

1. NHÂN DUYÊN TRUYỀN GIỚI

Vị Trụ trì/chủ lễ nói về nhân duyên truyền Năm giới, Mười giới và Bồ tát giới Tại gia và giới thiệu Ban giới sư (Tam sư thất chứng) và các giới tử tại đàn tràng chùa Hương Sen.

Nam Mô A Di Đà Phật

Kính bạch Chư tôn đức Ni trưởng, quý Ni sư trong Ban Giới sư,

Giới luật trao truyền,
bừng sáng nẻo đường chân thiện,
Ân sâu dẫn dắt,
trọn đời kính ngưỡng thâm ân.

Hôm nay, đạo tràng Chùa Hương Sen chúng con vô cùng hoan hỷ và thành kính đảnh lễ tri ân Chư tôn đức. Dẫu Phật sự tại bổn tự vô cùng bận rộn, nhưng vì lòng thương tưởng đàn hậu học, quý Ngài đã không quản ngại đường xá xa xôi, quang lâm về ngôi già lam vùng sâu vùng xa này để đăng đàn truyền trao giới pháp: Năm giới, Mười giới và Bồ-tát giới tại gia cho các hàng Phật tử.

Sự hiện diện của quý Ngài chính là duyên lành lớn lao, giúp các thiện nam tín nữ có đầy đủ giới luật để hành trì, làm người đạo đức, tròn đầy bổn phận trong gia đình, xã hội và tự viện mà Đức Từ phụ Bổn Sư Thích Ca Mâu Ni đã chỉ dạy.

Kính thưa Chư Tôn Đức Giới Sư,

Ban điển lễ sẽ có lễ chính thức Cung An Ban Giới Sư.

Danh sách Tam Sư Thất chứng, chúng con kính trình như sau:

Hòa thượng Ni: Ni trưởng thượng.... hạ...

Giáo Thọ Ni: Ni trưởng thượng.... hạ...

Yết Ma Sư: Ni trưởng thượng.... hạ...

Tôn chứng Sư I: Ni sư Thích Nữ ......

Tôn chứng Sư II: Ni sư Thích Nữ ......

Tôn chứng Sư III: Ni sư Thích Nữ ......

Tôn chứng Sư IV: Ni sư Thích Nữ ......

Tôn chứng Sư V: Ni sư Thích Nữ ......

Tôn chứng Sư VI: Ni sư Thích Nữ ......

Tôn chứng Sư VII: Ni sư Thích Nữ ......

Điển lễ: Ni sư Thích Nữ ......

Duy na (chuông): Ni sư Thích Nữ ......

Duyệt chúng (mõ): Ni sư Thích Nữ ......

Giới tử thọ Năm giới: gồm có ...... (số lượng), pháp danh là ......

Giới tử thọ Mười giới: gồm có ...... (số lượng), pháp danh là ......

Giới tử thọ Bồ tát giới tại gia: gồm có ...... (số lượng), pháp danh là ......

Hàng thiện nam tín nữ phát tâm thọ giới hôm nay đều là những Phật tử thuần thành, đã và đang sinh hoạt, tu học tinh tấn tại Chùa Hương Sen cũng như các tự viện lân cận. Trong suốt thời gian qua, các vị đã không ngừng nỗ lực công quả, tụng kinh, bái sám, thính pháp, tọa thiền và nỗ lực thúc liễm thân tâm, hướng đến một đời sống đạo đức thánh thiện theo lời Đức Từ phụ chỉ dạy. Bên cạnh đó, các hàng Phật tử cũng một lòng kính tín Tam Bảo, phát tâm dõng mãnh hộ trì chánh pháp thường trụ thế gian.

Giờ này, giới trường đã trang nghiêm, giới

tử đã thanh tịnh, chúng con xin thay mặt đạo tràng, thành kính đầu thành đảnh lễ, kính cung thỉnh Hội đồng Thập sư—Chư vị Tam sư Thất chứng—quang lâm giới đàn Chùa Hương Sen để đăng đàn truyền trao giới pháp cao quý cho các hàng Phật tử.

Sự lân mẫn hứa khả và quang lâm của quý Ngài là niềm hạnh nguyện lớn lao cho toàn thể đạo tràng chúng con.

Chúng con thành kính đảnh lễ tri ân Chư Tôn Đức Giới Sư.

Nam mô Trì Luật đệ nhất, Ưu-ba-li Tôn giả tác đại chứng minh. (o)

2. GIỚI TỬ TÁC BẠCH

(*Một giới tử đại diện đứng bạch*)

Nam Mô Bổn Sư Thích Ca Mâu Ni Phật.

Kính bạch Chư Tôn Giới Sư, Giới Đàn Chùa Hương Sen, California,

Hôm nay, đạo tràng thanh tịnh, duyên lành

hội đủ, hàng giới tử chúng con có duyên sự xin đầu thành đảnh lễ, dâng lời tác bạch. *(o)* *(1 lạy, quỳ bạch)*

Kính bạch Chư Tôn Đức Giới Sư,

Chúng con là các Phật tử đại diện cho đạo tràng Chùa Hương Sen và các tự viện lân cận. Thật hạnh duyên thù thắng và may mắn thay cho hàng Phật tử chúng con, nhờ đời trước có thiện duyên gieo trồng, nên đời này mới gặp được chánh pháp và nhận được sự giáo dưỡng, hướng dẫn tu tập của quý Thầy Cô.

Năm giới là những thước đo đạo đức căn bản nhất mà một người Phật tử tại gia phát nguyện gìn giữ sau khi làm lễ Quy y Tam Bảo (Quy y Phật, Pháp, Tăng). Đây là nền tảng để bảo vệ nhân cách và bảo đảm cho một đời sống an vui, không sa đọa.

Mười giới tại gia (còn gọi là Thập thiện) mở rộng chi tiết hơn từ năm giới, đi sâu vào việc làm sạch cả ba nghiệp: Thân (hành động), Khẩu (lời nói), và Ý (suy nghĩ). Đây là con đường tu tập giúp nâng cao phẩm chất đạo đức và hướng tới các cõi trời an vui.

Khác với Năm giới hay Thập thiện chủ yếu

thiên về tự giữ mình (Tự độ), **Bồ-tát giới tại gia** chú trọng vào việc phát tâm Bồ-đề rộng lớn, vừa tu dưỡng bản thân, vừa dấn thân cứu độ và mang lại lợi ích cho mọi chúng sanh (Độ tha). Đây là cấp độ giới luật cao nhất và thiêng liêng nhất dành cho người cư sĩ tại gia.

Từ lâu, tâm tư chúng con hằng hướng về giới pháp Năm giới, Mười giới và Bồ tát giới tại gia của Đức Bổn Sư, tựa như mầm non đợi dòng nước mát, như lữ khách tìm thấy ánh hải đăng. Thật đúng như lời vàng Đức Từ phụ đã từng giáo dưỡng

- **Ai giữ Năm giới tinh nghiêm:** Hiện đời gia đình sẽ được hạnh phúc, an vui và bước đường vị lai chắc chắn được tái sanh làm người hoàn thiện.
- **Ai giữ Mười giới Thập thiện tinh nghiêm:** Hiện đời thân tâm an lạc, gia đạo hành thông và báo thân mai sau sẽ được sanh lên cõi trời hưởng phước thanh tịnh.
- **Ai thọ trì Bồ-tát giới tại gia (Sáu giới trọng và 28 giới khinh) tinh nghiêm:** Sẽ khiến cho tâm lượng của mình và người ngày càng rộng mở, phát khởi lòng từ bi,

dấn thân phụng sự và giúp đỡ tha nhân để cùng nhau xây dựng một xã hội đạo đức, an lạc.

Giờ đây, giới đàn đã trang nghiêm thanh tịnh, Chư Tôn Đức Ni Giới sư đã thùy từ lân mẫn, không quản ngại bao Phật sự bận rộn, câu hội về Chùa Hương Sen để khai mở giới đàn. Chúng con xin thành tâm đầu thành đảnh lễ, thiết tha khẩn cầu quý Ni trưởng, quý Ni sư dũ lòng từ bi thương xót, đăng đàn truyền trao Năm giới, Mười giới Thập Thiện và Bồ-tát giới tại gia cho chúng con được ân triêm công đức.

Nam Mô Chứng Minh Sư Bồ Tát
Ma Ha Tát. (o)

Quỳ đợi Chư Giới sư bảo:

Lành thay! Lành thay! Các vị bấy lâu có lòng khát ngưỡng quy giới, nay đủ duyên lành, cần cầu trên Chư giới sư Ni truyền trao Năm giới, Mười giới và Bồ tát giới tại gia. Chư tôn đức Ni rất hoan hỉ hứa khả, vậy các vị như pháp lễ Chư hiền Thánh tăng và Chư tôn đức Ni hiện tiền chứng minh cho. (o)

Giới sư Ni nói xong, giới tử bạch tiếp:

Trên Chư tôn đức Ni đã từ bi hứa khả sẽ truyền trao giới pháp cho chúng con rồi, Chúng con vô cùng tri ân và xin đê đầu đảnh lễ cúng dường. (o)

Điển lễ: Giới tử khởi thân đảnh lễ Chư tôn Giới sư hiện tiền một lạy. (1 lạy, o)

3. CÚNG HƯƠNG

(Chủ lễ niệm)

Nguyện dâng hương mầu nầy
Cúng dường tất cả Phật
Tôn Pháp, chư Bồ Tát
Thinh Văn và Duyên Giác
Cùng các bậc Thánh Hiền
Duyên khởi đài sáng chói
Khắp xông mười phương cõi
Tỏa ngát các chúng sanh
Đều phát tâm Bồ Đề

Xa lìa các vọng nghiệp

Trọn nên Đạo Vô Thượng.

Nam Mô Hương Cúng Dường Bồ Tát Ma Ha Tát. (o) (1 xá)

4. CẦU NGUYỆN

Nam mô A Di Đà Phật

Giờ đây, hoa đàm bừng nở, đuốc tuệ quang minh, đạo tràng thanh tịnh, thiện duyên hội đủ.

Hôm nay, ngày ...... tháng ...... năm ...... **đệ tử chúng con là Tỳ-kheo-ni** (Chủ lễ) ...... **cùng chư Tôn đức trong Hội đồng Thập sư kính vâng lời Phật dạy, hộ trì chánh pháp, quang lâm về Đại hùng bảo điện Chùa Hương Sen, bang California, Hoa Kỳ.**

Trong giờ khắc thiêng liêng, trước Phật tiền trang nghiêm, chúng con thành kính thiết lập giới đàn, đăng đàn truyền trao Năm giới cư sĩ, Mười giới Thập Thiện và

Bồ-tát giới tại gia cho các cận sự nam và cận sự nữ như:

Phật tử: [Họ tên] ......, **Pháp danh:** ...... **sinh ngày:** ......**tại:** ......

Phật tử: [Họ tên] ...... **Pháp danh:**. ...... **sinh ngày:** ...... **tại:** ...... *(Tuyên đọc tuần tự danh sách giới tử cư sĩ, nếu có thời gian)*

Đối trước khói hương quyện tỏa, Hội đồng Thập sư chúng con đồng thanh tâm niệm, nhất tâm phụng thỉnh:

Đầu thành đảnh lễ: Đức Bổn Sư Thích Ca Mâu Ni Phật, mười phương Tam Bảo, chư đại Bồ-tát, Hiền Thánh Tăng thùy từ chứng minh.

Kính thỉnh: Chư vị Lịch đại Tổ sư, chư vị Hộ pháp Thiện thần, Già lam Thánh chúng đồng thùy gia hộ.

Cúi mong oai đức từ bi của chư Phật, chư Bồ-tát rộng lớn bao la, phóng quang độ trì cho giới đàn được thành tựu viên mãn; gia hộ cho Hội đồng Giới sư toàn vẹn công đức truyền giới; và nguyện cầu cho các giới tử cư sĩ được giới thể trang nghiêm, chuyển hóa thân tâm, tinh tấn tu tập, hộ đời, hộ đạo để ngôi Tam

Bảo được thường trụ ở thế gian.

Nam Mô Thập Phương Thường Trụ Tam Bảo. (o)

Nam Mô Ta bà Giáo chủ Bổn Sư Thích Ca Mâu Ni Phật. (o)

Nam Mô Trì Luật đệ Nhất, Ưu Ba Li Tôn giả. (o)

Nam mô các vị Tổ sư Ấn Độ, Trung Hoa, Việt Nam và Hoa Kỳ tác đại chứng minh. (ooo)

5. LỄ PHẬT

(*Đại chúng đồng tụng*)

Đấng Pháp Vương vô thượng
Ba cõi chẳng ai bằng
Thầy dạy khắp trời, người
Cha lành chung bốn loài
Quy y tròn một niệm
Dứt sạch nghiệp ba kỳ

Xưng dương cùng tán thán
Ức kiếp không cùng tận. (o) (1 xá)

Phật, chúng sanh tánh thường rỗng lặng
Đạo cảm thông không thể nghĩ bàn
Lưới đế châu ví đạo tràng
Mười phương Phật hiện hào quang sáng ngời
Trước bảo tọa thân con ảnh hiện
Cúi đầu xin thệ nguyện quy y. (o)

Chí tâm đảnh lễ:

Nam Mô tận hư không biến pháp giới quá, hiện, vị lai thập phương chư Phật, Tôn Pháp Hiền Thánh Tăng thường trụ Tam Bảo. (o) (1 lạy)

Chí tâm đảnh lễ:

Nam Mô Ta Bà Giáo Chủ Bổn Sư Thích Ca Mâu Ni Phật, Đương Lai Hạ Sinh Di Lặc Tôn Phật, Đại Trí Văn Thù Sư Lợi Bồ Tát, Đại Hạnh Phổ Hiền Bồ Tát, Hộ Pháp Chư

Tôn Bồ Tát, Linh Sơn Hội Thượng Phật Bồ Tát. (o) (1 lạy)

Chí tâm đảnh lễ:

Nam Mô Tây Phương Cực Lạc Thế Giới Đại Từ Đại Bi A Di Đà Phật, Đại Bi Quán Thế Âm Bồ Tát, Đại Thế Chí Bồ Tát, Đại Nguyện Địa Tạng Vương Bồ Tát, Thanh Tịnh Đại Hải Chúng Bồ Tát. (o) (1 lạy)

6. TÁN DƯƠNG CHI

(*Mời ngồi xuống và khai chuông mõ*)

Cành dương nước tịnh nhiệm mầu
Rưới tắt muôn vàn cảnh khổ đau
Chư Thiên mát mẻ, tâm thanh tịnh
Nhân thế vui tươi, cảnh an nhàn
Cam lồ rưới khắp trần gian
Lửa sân dứt sạch, sen vàng nở hoa.

Nam Mô Thanh Lương Địa Bồ Tát Ma Ha Tát. (3 lần) (o)

7. CHÚ ĐẠI-BI

Nam Mô Đại Bi Hội Thượng Phật Bồ Tát. (3 lần) (o)

Thiên thủ thiên nhãn vô ngại đại-bi tâm đà-la-ni.

Nam Mô hắc ra đát na, đa ra dạ da. Nam Môa rị da, bà lô yết đế, thước bát ra da, Bồ-đề tát đỏa bà da, ma ha tát đỏa bà da, ma ha ca lô ni ca da, án, tát bàn ra phạt duệ số đát na đát tỏa.

Nam Mô tất kiết lật đỏa y mông a rị da, bà lô kiết đế thất Phật ra lăng đà bà.

Nam Mô na ra cẩn trì hê rị ma ha bàn đa sa mế, tát bà a tha đậu thâu bằng, a thệ dựng, tát bà tát đa, na ma bà già, ma phạt đạt đậu, đát điệt tha. Án a bà lô hê, lô ca đế, ca ra đế, di hê rị, ma ha bồ-đề tát đỏa, tát bà tát bà, ma ra ma ra, ma hê ma hê, rị

đà dựng, cu lô cu lô kiết mông, độ lô độ lô, phạt xà da đế, ma ha phạt xà da đế, đà ra đà ra, địa rị ni, thất Phật ra da, dá ra dá ra. Mạ mạ phạt ma ra, mục đế lệ, y hê y hê, thất na thất na a ra sâm Phật ra xá-lợi, phạt sa phạt sâm, Phật ra xá da, hô lô hô lô ma ra, hô lô hô lô hê rị, ta ra ta ra, tất rị tất rị, tô rô tô rô, bồ-đề dạ bồ-đề dạ, bồ-đà dạ, bồ-đà dạ, di đế rị dạ, na ra cẩn trì địa rị sắc ni na, ba dạ ma na ta bà ha. Tất đà dạ ta bà ha. Ma ha tất đà dạ ta bà ha. Tất đà du nghệ thất bàn ra dạ, ta bà ha. Na ra cẩn trì ta bà ha. Ma ra na ra ta bà ha. Tất ra tăng a mục khê da, ta bà ha. Ta bà ma ha, a tất đà dạ, ta bà ha. Giả kiết ra a tất đà dạ, ta bà ha. Ba đà ma yết tất đà dạ, ta bà ha. Na ra cẩn trì bàn đà ra dạ, ta bà ha. Ma bà lị thắng yết ra dạ, ta bà ha.

Nam Mô hắc ra đát na, đa ra dạ da. Nam Mô a rị da, bà lô yết đế, thước bàng ra dạ, ta bà ha.

Án tất điện đô, mạn đa ra, bạt đà dạ, ta bà ha. (3 lần) (o)

8. KỆ KHAI LUẬT TẠNG

Thăm thẳm cao siêu Pháp nhiệm mầu
Trăm ngàn muôn kiếp khó tìm cầu,
Con nay nghe thấy chuyên trì niệm,
Nguyện tỏ Như Lai nghĩa nhiệm mầu.

Nam Mô Khai Luật Tạng Bồ tát ma-ha-tát. (3 lần) (o)

9. LẠY BỐN ÂN

Điển lễ:

Này các vị giới tử, trước khi thọ giới, quý vị phải lạy tạ bốn ân[1]. Xin đứng chắp tay búp sen, nghe lời xướng và tiếng chuông thì lạy.

Giới tử mang ơn cha mẹ sinh thành, cúi đầu kính lễ Tam Bảo thường trụ trong mười phương. (1 lạy, o)

1. Nghi thức truyền thọ Ba Quy và Năm Giới, Thích Nhất Hạnh. https://langmai.org/tang-kinh-cac/vien-sach/thien-tap/de-co-mot-tuong-lai/chuong-5-nghi-thuc-truyen-tho-ba-quy-va-nam-gioi/

Giới tử mang ơn sư trưởng giáo huấn, cúi đầu kính lễ Tam Bảo thường trụ trong mười phương. (1 lạy, o)

Giới tử mang ơn bằng hữu và các bậc thiện tri thức đã tác thành cho, cúi đầu kính lễ Tam Bảo thường trụ trong mười phương. (1 lạy, o)

Giới tử mang ơn mọi loài chúng sanh, cây cỏ và đất đá, cúi đầu kính lễ Tam Bảo thường trụ trong mười phương. (1 lạy, ooo)

10.LỄ TRUYỀN TAM QUY VÀ NĂM GIỚI

Giới tử đứng dậy chấp tay chí thành

10.a. SÁM HỐI

Yết ma:

Quý Thiện nam và Thiện nữ hãy lắng nghe! Trong luật Phật dạy: Người Quy y Tam Bảo trước phải sám hối cho thân tâm được thanh tịnh. Cũng như, muốn chứa dựng vị cam lồ, trước phải súc bình cho thật sạch. Còn người khi thọ quy giới, trước cần phải sám hối trừ phiền não cho tâm được thanh tịnh, mới có thể lãnh thọ quy giới thanh tịnh.

Nhưng phải hiểu ý nghĩa sám hối là gì? Sám nghĩa là ăn năn, tự thú tội ra, chừa bỏ các lỗi đã làm, chẳng những tội lỗi trong một đời mà cho đến các tội nhiều kiếp về trước, cần phải sám.

Hối nghĩa là hối hận. Biết lỗi mà chừa bỏ, đổi lại cho trở nên tốt, không cho tội lỗi phát sanh nữa. Ví như cái áo dơ bẩn đã giặt sạch, thì phải giữ gìn không cho dính dơ nữa.

Quý Thiện nam và Thiện nữ đã nghe giảng rõ ý nghĩa sám hối rồi. Vậy quý vị đứng dậy chắp tay ngay thẳng, nghe tôi nói thế nào thì nói theo thế ấy, để sám hối cho thân tâm được thanh tịnh.

- *Giới tử quỳ chắp tay chí thành.*
- *Giới sư Giáo thọ nói trước, giới tử nói theo*:

Đệ tử tên là ...... kể từ vô thỉ cho đến ngày nay, lỡ tạo những điều tội lỗi, ngày hôm nay thành tâm sám hối, thề tránh các điều dữ, nguyện làm các việc lành, cúi xin

Tam Bảo từ bi gia hộ, khiến cho đệ tử, tội diệt phước sanh, căn lành thêm lớn, tai quan nạn khỏi, hiện tiền phước huệ trang nghiêm, một hậu sanh về cõi Phật.

Điển lễ: ***Chí tâm đảnh lễ Nam mô Cầu Sám Hối Bồ Tát Ma ha tát.*** (1 lạy, o)

- *Giới tử ngồi xuống nghe giảng về Quy y*

10.b. Ý NGHĨA TAM QUY VÀ NĂM GIỚI

Giáo thọ:

Quý Thiền Nam và Thiện nữ hãy lắng nghe! vừa rồi quý vị đã sám hối, thân tâm được thanh tịnh rồi, bây giờ đây mới có thể quy y Tam Bảo được; trước khi quy y, các vị cần phải biết rõ ý nghĩa giới và quy y.[2]

Đức Phật dạy: Đường xa muôn dặm, không lìa bước ban đầu. Thế nên, ba a-tăng-kỳ-kiếp thành Phật, phải phát bồ đề tâm trước nhất. Lục độ vạn hạnh trang nghiêm, phải nương giới pháp làm đầu.

Giới là nền tảng phát khởi thiện căn công đức, là đất bằng phẳng muôn vật từ đây phát

2 Giới Đàn Ni, soạn dịch: TT Thích Minh Phát, NXB Tôn Giáo, 2013, trang 19-20.

sanh. Giới là con đường lớn đưa đến cõi nhân thiên, là cửa ngỏ duy nhất vào cung điện Niết bàn. Nếu người nào muốn dứt trừ các khổ, thì phải thọ trì Tam quy (ba sự nương tựa) và Ngũ giới (năm giới).

Sư ông Thích Nhất Hạnh đã giải thích Năm giới[3] như sau:

1. Giới thứ nhất: Bảo vệ sự sống (Tôn trọng sự sống)

Ý nghĩa: Nuôi dưỡng lòng từ bi, ý thức được khổ đau do sự sát hại gây ra. Cam kết thực tập chánh niệm để bảo vệ sinh mạng con người, động vật và thực vật; không sát hại và không để người khác sát hại.

2. Giới thứ hai: Hạnh phúc chân thật (Không trộm cắp)

Ý nghĩa: Thực tập chánh mạng và chia sẻ vật chất với những người đang thiếu thốn. Cam kết không lấy làm của riêng những gì không thuộc về mình, tôn trọng quyền sở hữu của

3. The Ceremony for the Transmission of the Three Refuges and the Five Precepts.
Nghi thức truyền thọ Ba Quy và Năm Giới, Thích Nhất Hạnh, https://langmai.org/tang-kinh-cac/vien-sach/thien-tap/de-co-mot-tuong-lai/chuong-5-nghi-thuc-truyen-tho-ba-quy-va-nam-gioi/

người khác, và ngăn ngừa sự bóc lột.

3. Giới thứ ba: Tình thương đích thực (Tôn trọng thân thể)

Ý nghĩa: Bảo vệ gia đình và bản thân, nhận diện được những khổ đau do thói tà dâm gây ra. Cam kết thực tập trách nhiệm, xây dựng tình thương chân thật dựa trên lòng tôn trọng, cam kết lâu dài và bảo vệ quyền lợi của mọi người.

4. Giới thứ tư: Lắng nghe và ái ngữ (Không nói dối)

Ý nghĩa: Nuôi dưỡng khả năng giao tiếp chân thật và xây dựng. Cam kết không nói những lời gây chia rẽ, hận thù, hoặc sai sự thật. Sử dụng lời nói ái ngữ (dễ nghe) để mang lại niềm vui, sự hòa hợp và thực tập lắng nghe sâu để thấu hiểu nỗi khổ đau của người khác.

5. Giới thứ năm: Nuôi dưỡng và trị liệu (Không uống rượu, dùng độc tố)

Ý nghĩa: Ý thức được tác hại của các chất độc tố đối với thân tâm và ý thức tập thể. Cam kết tiêu thụ chánh niệm (thực phẩm, phim ảnh, internet, mạng xã hội); không sử dụng rượu, ma túy hoặc các độc tố khác để dung dưỡng, che lấp các nỗi khổ niềm đau trong lòng.

Việc thực hành Năm giới giúp con người hướng đến nếp sống an lạc, tạo ra một cộng đồng văn minh, trách nhiệm và bình yên.

Quy y nói cho đủ là quy y Tam Bảo. Chữ Quy là trở về; Y là nương tựa, là trở về nương tựa Phật, Pháp, Tăng. Chúng ta đã nhiều đời nhiều kiếp say mê lầm lạc, nay cần phải quay về với Chánh pháp, nương tựa Tam Bảo. Người đời nương tựa với cha mẹ, vợ chồng, anh em, bầu bạn, thì không hoàn toàn an lành. Nên phải nương tựa với Phật, là một đấng từ bi bình đẳng, như ông cha lành. Nương tựa với Pháp, là một phương pháp giải khổ, như thuốc hay chữa lành bịnh tật. Nương tựa với Tăng là bậc đại trí hoằng pháp lợi sanh, mới thật là hoàn toàn an lành.

10.c. TRUYỀN TAM QUY

Hòa thượng Ni:

Quý vị đã nghe và hiểu sơ lược nghĩa quy y Tam Bảo rồi, bây giờ đến giờ quan trọng là giờ phút Quy y. Vậy quý vị nên quỳ thẳng chấp tay hướng về Tam Bảo, một lòng thành kính, lóng lòng nghe cho kỹ, tôi nói sao thì quý vị nói theo vậy, để lãnh thọ Quy Y.

Đệ tử tên là ......
xin suốt đời nương tựa Phật,
nương tựa Pháp, nương tựa Tăng.

Con về nương tựa Phật,
Người đưa đường chỉ lối cho con trong cuộc đời.
Con về nương tựa Pháp,
Con đường của tình thương và sự hiểu biết.
Con về nương tựa Tăng,
Đoàn thể của những người nguyện sống cuộc đời hòa hợp và tỉnh thức.
(nói 1 lần và xá 1 xá).

Đệ tử chúng con suốt đời nương tựa Phật rồi,
nương tựa Pháp rồi,
nương tựa Tăng rồi.

Nương tựa Phật rồi, khỏi đọa vào Địa ngục.
Nương tựa Pháp rồi, khỏi đọa vào Ngạ quỉ.
Nương tựa Tăng rồi, khỏi đọa vào Bàng sanh.

(Nói 1 lần, 1xá, o).

10.d. TRUYỀN NĂM GIỚI

Hòa thượng Ni:

Quý Thiền Nam và Thiện nữ hãy lắng nghe!! Trước đã trao ba sự Nương tựa Phật Pháp Tăng cho các vị, giới thể đã được châu viên. Bây giờ tôi trao Năm giới tướng[4] cho các vị, các vị phải thành tâm chú ý, nghe cho kỹ mà lãnh thọ nhưng phải xét trước và định trước, nếu giới nào có thể giữ được, thì khi tôi hỏi, quý vị nên đáp: "Mô Phật, con giữ được", nói cho lớn lên, còn giới nào giữ không được, thì im lặng. Phải lượng sức mình mà lãnh thọ mấy giới cũng tốt, chứ không bắt buộc giữ đủ năm giới.

4. Giới Đàn Ni, soạn dịch: TT Thích Minh Phát, NXB Tôn Giáo, 2013, trang 20-28.
Nghi thức truyền thọ Ba Quy và Năm Giới, Thích Nhất Hạnh. https://langmai.org/tang-kinh-cac/vien-sach/thien-tap/de-co-mot-tuong-lai/chuong-5-nghi-thuc-truyen-tho-ba-quy-va-nam-gioi/

• *Quỳ thẳng thành tâm chấp tay lắng nghe.*

*1- **Giới thứ nhứt.*** **- Từ nay đến suốt đời không được giết hại chúng sanh, nguyện nuôi dưỡng lòng Từ Bi để có thể bảo vệ sinh mạng của con người, của các loài động vật, thực vật và môi trường của sự sống. Đây là giới của người Phật tử tại gia, vậy các vị có thể giữ được không?** (o)

Đáp: "Mô Phật, con giữ được".

*2- **Giới thứ hai.*** **- Từ nay đến suốt đời không được gian tham trộm cắp, nguyện san sẻ thời gian, năng lực và tài vật của con với những ai thiếu thốn. Đây là giới của người Phật tử tại gia, vậy các vị có thể giữ được không?** (o)

Đáp: "**Mô Phật, con giữ được**".

*3- **Giới thứ ba.*** **- Từ nay đến suốt đời không được tà dâm, nguyện bảo hộ tiết hạnh và sự an toàn của mọi người, mọi gia đình và trong xã hội. Đây là giới của người Phật tử tại gia, vậy các vị có thể giữ được không?** (o)

Đáp: "**Mô Phật, con giữ được**".

4- Giới thứ tư. - Từ nay đến suốt đời không được nói dối, nguyện học các hạnh Ái Ngữ và Lắng Nghe để có thể hiến tặng niềm vui cho người, làm vơi bớt nỗi khổ đau của người, giúp đem lại an bình và hòa giải giữa mọi người, giữa các quốc gia, chủng tộc và tôn giáo. Đây là giới của người Phật tử tại gia, vậy các vị có thể giữ được không? (o)

Đáp: "Mô Phật, con giữ được".

5- Giới thứ năm. - Từ nay đến suốt đời không được uống rượu, các chất ma túy, không ăn uống hoặc tiêu thụ bất cứ một sản phẩm nào có độc tố. Đây là giới của người Phật tử tại gia, vậy các vị có thể giữ được không? (o)

Đáp: "Mô Phật, con giữ được".

- Tốt lắm, các giới tử đã thọ giới rồi. Vậy từ đây về sau, suốt đời phải tự giữ gìn cho thanh tịnh, dầu gặp phải nhân duyên mất mạng cũng không hủy phạm. Nếu bền lòng gìn giữ, thì đời đời qua lại chốn Nhân, Thiên sớm thành Phật quả. Do nhờ công đức trì giới này, mà khỏi đọa trong ba đường dữ, khi mạng chung, được sanh về nước Cực

Lạc, nếu nhứt tâm niệm Phật.

Quý vị đã thọ Tam quy và Ngũ giới xong rồi, bây giờ quý vị nên đồng đứng dậy lạy tạ Tam Bảo. (o)

Điển lễ xướng:

Chí tâm đảnh lễ, Nam mô tận hư không biến pháp giới, quá, hiện, vị lai, Thập phương chư Phật, Tôn Pháp, Hiền Thánh Tăng thường trú Tam Bảo. (1 lạy, o).

Ni Sư trụ trì đọc tên giới tử nhanh để lên lãnh giới điệp. Sau đó nếu quý vị nào chỉ thọ 5 giới thì mời ra ngoài, còn vị nào thọ Mười giới Thập Thiện và Bồ Tát Giới tại gia, xin mời vẫn ở lại chỗ cũ.

11.LỄ TRUYỀN THẬP THIỆN

11.a. CHƯ PHẬT VÀ ĐẠI BỒ TÁT CHỨNG MINH

Giáo thọ:

Quý Phật tử nên biết rằng trong giờ phút này, thiên Long bát bộ và Hộ Pháp thiện Thần đầy khắp hư không, rất vui mừng tán thán rằng: Nơi cảnh giới Ta bà có những người đang tránh xa mười ác nghiệp để bước lên mười thiện nghiệp, đang vượt qua các ác đạo, để đến cảnh giới phước lạc nhơn thiên.

- Các vị nên biết rằng hết thảy chư Phật, chư Đại Bồ tát trong mười phương vô tận thế giới đang phóng rất vô lượng ánh sáng, đại trí, đại bi, đại nguyện, vô lượng Ba la mật, vui mừng tán thán rằng: Hiện tại trong cõi Diêm Phù Đề có các Phật tử vừa gieo trồng Bồ đề tâm giới, phát nguyện tu học các hạnh Ba la mật của Bồ tát, sẽ được sanh vào dòng họ của Như Lai. Vậy các vị hày trân trọng mà lãnh thọ.

- Các Phật tử! Các vị hãy nhất tâm thanh tịnh, hướng về mười phương chư Phật, chư Đại Bồ tát, trong mười phương vô tận thế giới, nói theo Hòa thượng ni để thọ trì mười điều thiện nghiệp.[5]

11.b. TRUYỀN MƯỜI GIỚI

Hòa thượng Ni *đọc trước, giới tử đọc theo*:

1. **Như chư Phật, Bồ tát vĩnh viễn không giết hại chúng sanh, mà còn đem sự sống đến mọi loài. Con pháp danh là...... nguyện từ nay cho đến trọn đời, không giết hại chúng sanh, mà còn đem sự sống đến muôn loài.** (1 xá, o)
2. **Như chư Phật, Bồ tát vĩnh viễn không trộm cắp, mà còn đem của bố thí cho kẻ khác. Con pháp danh là ......nguyện từ nay cho đến trọn đời, không trộm cắp, mà còn đem của bố thí cho mọi loài.** (1 xá, o)
3. **Như chư Phật, Bồ tát vĩnh viễn không tà dâm, mà còn đem tịnh hạnh đến cho mọi người. Con pháp danh là ......**

5. Nghi Thức Truyền Giới Cho Thập Thiện và Bồ Tát Tại Gia, Hòa thượng Thích Trí Thủ soạn dịch, Phật lịch 2534, Dương lịch 1990. https://phatan.org/a1442/nghi-thuc-truyen-gioi-cho-thap-thien-va-bo-tat-tai-gia

nguyện từ nay cho đến trọn đời, không tà dâm, mà còn đem tịnh hạnh đến cho mọi người. (1 xá, o)

4. **Như chư Phật, Bồ tát vĩnh viễn không nói dối, mà còn nói đúng sự thật. Con pháp danh là ......nguyện từ nay cho đến trọn đời, không nói dối, mà còn nói đúng sự thật.** (1 xá, o)

5. **Như chư Phật, Bồ tát vĩnh viễn không nói hai lưỡi, mà còn nói những lời hòa hợp tương thân. Con pháp danh là ...... nguyện từ nay cho đến trọn đời, không nói hai lưởi, mà còn nói những lời hòa hợp tương thân.** (1 xá, o)

6. **Như chư Phật, Bồ tát vĩnh viễn không nói thêu dệt, mà còn nói lời lợi ích cho mọi người. Con pháp danh là ...... nguyện từ nay cho đến trọn đời, không nói thêu dệt, mà còn nói lời lợi ích cho mọi người.** (1 xá, o)

7. **Như chư Phật, Bồ tát vĩnh viễn không nói lời thô ác, mà còn nói lời dịu dàng từ ái. Con pháp danh là ...... nguyện từ nay cho đến trọn đời, không nói lời thô**

ác, mà còn nói lời dịu dàng từ ái. (1 xá, o)

8. **Như chư Phật, Bồ tát vĩnh viễn không tham lam bỏn xẻn, mà thực hành bố thí. Con pháp danh là ......nguyện từ nay cho đến trọn đời, không tham lam bỏn xẻn, mà còn thực hành bố thí.** (1 xá, o)
9. **Như chư Phật, Bồ tát vĩnh viễn không sân hận, mà còn thực hành từ bi. Con pháp danh là ...... nguyện từ nay cho đến trọn đời, không sân hận thù oán, mà còn thực hành tâm hạnh từ bi.** (1 xá, o)
10. **Như chư Phật, Bồ tát vĩnh viễn không tà kiến cố chấp, mà còn tu hành chánh kiến, trí huệ. Con pháp danh là ...... nguyện từ nay cho đến trọn đời, không tà kiến cố chấp, mà còn tu hành chánh kiến trí tuệ.** (1 xá, o)

- Các Phật tử ! Các vị đã phát nguyện thọ trì và tu tập mười thiện nghiệp, thiện căn công đức từ đây sẽ phát sanh. Bồ đề tâm giới nhơn đây sẽ thành tựu, rộng đều khắp hết tất cả chúng sanh, quảng tu các học xứ

của Bồ Tát, viên thành đạo quả Vô thượng Bồ đề.

Vậy các vị hãy siêng năng tinh tấn, cẩn thận đừng có buông lung.

Giới tử đồng thanh: **Con xin y giáo phụng hành.** (*3 lần,* ooo)

Điển lễ: ***Chí tâm đảnh lễ Thập phương thường trụ Tam bảo.*** (1 lạy, o)

Vì quý Phật tử nào thọ cả thập thiệp và Bồ tát giới tại gia, nên hoan hỉ ngồi thọ tiếp bồ tát giới tại gia và sau đó thì quý sư sẽ phát Giới điệp 1 lần cho cả ba giới (Năm giới, Thập Thiện và Bồ tát giới tại gia).

12. TRUYỀN BỒ TÁT GIỚI TẠI GIA

12.a. BẢY VẤN NẠN

Yết ma: Đức Tỳ Lô Xá Na Như Lai, khắp vì đại chúng tuyên nói giới phẩm Vô tận tạng của Bồ Tát, là pháp chí đạo, tất cả Bồ Tát cần phải thọ trì. Trước hết Tôi xin hỏi về các giới nạn. Nếu các vị không có bảy tội chướng nạn[6], mới được thọ giới. Tôi bây giờ hỏi các vị các vị cứ thật mà đáp.

1) Hỏi: **Các vị có làm thân Phật ra huyết không?** (o)

(*Phật đã diệt độ, hiện nay moi khoét tượng Phật, phá tháp, hoại chùa đều là đồng loại về tội ấy*). Giải trước rồi hỏi sau.

Đáp: **Mô Phật, không**. (1 xá)

2) Hỏi: **Các vị có giết cha không**? (o)

Đáp: **Mô Phật, không.** (1 xá)

3) Hỏi: **Các vị có giết mẹ không**? (o)

Đáp: **Mô Phật, không**. (1 xá)

4) Hỏi: **Các vị có giết Hòa thượng không**? (o)

Đáp: **Mô Phật, không**. (1 xá)

5) Hỏi: **Các vị có giết A xà lê không?** (o)

Đáp: **Mô Phật, không**. (1 xá)

6) Hỏi: **Các vị có phá Yết ma Tăng không?** (o)

6. Nghi Thức Truyền Giới Cho Thập Thiện và Bồ Tát Tại Gia, Hòa thượng Thích Trí Thủ soạn dịch, Phật lịch 2534, Dương lịch 1990. https://phatan.org/a1442/nghi-thuc-truyen-gioi-cho-thap-thien-va-bo-tat-tai-gia

Đáp: **Mô Phật, không.** (1 xá)

Hỏi: **Các vị có giết Thánh nhơn không**? (o)

Đáp: **Mô Phật, không**. (1 xá)

Các giới tử! Nếu muốn thọ giới cho trong sạch, các vị phải một lòng cung kỉnh, hướng về mười phương Tam Bảo cần cầu tác lễ. (o)

Dạy rồi, **Ni sư điễn lễ** xướng để các giới tử đảnh lễ:

Nhứt tâm đảnh lễ tận quá khứ, hiện tại, vị lai thế, nhứt thiết chư Phật, tôn pháp, hiền thánh tăng Đạo tràng Giáo chủ Thích ca Mâu Ni Phật, Phạm Võng Giáo chủ Lô Xá Na Phật, Đại Trí Văn Thù Sư Lợi Bồ Tát, Đại Hạnh Nguyện Phổ Hiền Vương Bồ Tát, Đại Từ Di Lặc Bồ Tát, Bổn Tôn Địa Tạng Vương Bồ Tát, Đương hội Đạo tràng chư Tôn Bồ Tát. (1 lạy, o)

Mời Giới tử quỳ.

12.b. THỈNH CÁC BỒ TÁT LÀM GIỚI SƯ

Giáo thọ dạy giới tử khải thỉnh.

Các giới tử! Các vị phải hết lòng thành khải Thích Ca Như Lai làm Hòa thượng; Văn Thù, Di Lặc Bồ tát làm A xà lê; mười phương Như Lai làm Tôn chứng sư; mười phương Bồ Tát làm bạn lữ đồng học, các vị phải nhứt tâm nói theo mà thỉnh.[7] Xin đọc theo:

Đệ tử pháp danh là......Nhứt tâm phụng thỉnh Thích Ca Như Lai vì con làm Hòa thượng, con nương theo Hòa thượng được thọ giới Bồ Tát, xin thương xót cho chúng con.

(*1 lần thỉnh, 1 xá,* o)

Đệ tử pháp danh là ...... Nhất tâm phụng thỉnh Văn Thù Sư Lợi Bồ Tát, vì con làm Yết ma A xà lê, con nương theo A xà lê được thọ giới Bồ Tát, xin thương xót cho chúng con. (*1 lần thỉnh, 1 xá,* o)

Đệ tử pháp danh là ...... Nhất tâm phụng thỉnh Di Lặc Bồ Tát, vì con làm Giáo thọ A xà lê, con nương theo A xà lê được thọ giới Bồ Tát, xin thương xót cho chúng con. (*1*

7. Nghi Thức Truyền Giới Cho Thập Thiện và Bồ Tát Tại Gia, Hòa thượng Thích Trí Thủ soạn dịch, Phật lịch 2534, Dương lịch 1990. https://phatan.org/a1442/nghi-thuc-truyen-gioi-cho-thap-thien-va-bo-tat-tai-gia

lần thỉnh, 1 xá, o)

Đệ tử pháp danh là......Nhất tâm phụng thỉnh, Thập phương Như Lai, vì con làm Tôn chứng, con nương theo các đức Như Lai được thọ giới Bồ Tát, xin thương xót cho chúng con. (*1 lần thỉnh, 1 xá,* o)

Đệ tử pháp danh là ...... Nhất tâm phụng thỉnh Thập phương đại Bồ Tát, vì con làm bạn lữ đồng học, con nương theo các Bồ Tát được thọ giới Bồ Tát, xin thương xót cho chúng con. (*1 lần thỉnh, 1 xá,* o)

12.c. BA TỊNH GIỚI

Điễn lễ mời chư Giới sư niêm hương bạch Phật

Tam sư (Hòa thượng, Yết ma và Giáo thọ) cầm ba nén hương quỳ bạch chư Phật, Bồ Tát, xin thí Tam tụ tịnh giới.

Hòa thượng ni bạch Phật rằng:

Ngửa xin tất cả chư Phật, chư Đại Bồ Tát, chư Hiền Thánh Tăng, trong mười phương ba đời.

Các giới tử này nay cầu chúng con là ......

(Tam sư Thất chứng) muốn theo chư Phật, Bồ Tát, xin thọ Tam tụ tịnh giới. Các giới tử này, đối với nghĩa sâu xa huyền diệu của Đại thừa, có thể sanh lòng tin.

Cầu xin Tam Bảo dủi lòng từ, thí cho các giới tử Tam tụ tịnh giới Bồ Tát. (o)

Khải bạch rồi và trở về pháp toà.

Điển lễ lại bảo các giới tử rằng:

Các giới tử ! Tôi nay lại bảo các vị xin giới Bồ Tát.

Tôi bảo các vị nói theo:

Chúng con thành tâm cầu xin Tam sư Thất chứng, thương xót trao cho chúng con pháp danh là ...... tất cả tịnh giới Bồ Tát. (*1 lần thỉnh* và cúi đầu).

Hòa thượng Ni:

Này các Giới tử! Ngày nay các vị muốn ở chỗ chúng tôi mà thọ tất cả học xứ của các Bồ Tát, thọ tất cả tịnh giới của Bồ Tát.

Là nhiếp luật nghi giới, Nhiếp thiện pháp giới, Nhiêu ích hữu tình giới.

Học xứ như thế, tịnh giới như thế, quá khứ tất cả Bồ Tát đã đủ; vị lai tất cả Bồ Tát sẽ đủ;

khắp trong mười phương hiện tại tất cả Bồ Tát nay đủ.

Học xứ như thế, tịnh giới như thế, quá khứ tất cả Bồ Tát đã đủ; vị lai tất cả Bồ Tát sẽ học, hiện tại tất cả Bồ Tát đang học, các vị có thể thọ được không?

Giới tử đáp: **Mô Phật, con thọ được.**

12.d. BỐN TÍN TÂM KHÔNG THOÁI CHUYỂN

Yết ma :

Giới tử! Nay nên thọ bốn điều tin không thoái chuyển, các vị phải chí thành mà lãnh thọ.

Giới sư bảo, giới tử nói theo:

Đệ tử pháp danh là ...... từ thân này cho đến thân đời vị lai.

Quy y Phật, Quy y Pháp, Quy y Tăng.

Quy y chánh pháp giới. (Nói 1 lần, 1 xá, o).

Con pháp danh là ...... dốc lòng phát nguyện:

Chúng sanh vô biên thệ nguyện độ,

Phiền não vô tận thệ nguyện đoạn,

Pháp môn vô lượng thệ nguyện học,

Phật đạo vô thượng thệ nguyện thành.

Nam mô Đại Hạnh Phổ Hiền Bồ Tát Ma ha tát. (*3 lần*).

(*Nói 1 lần, 1 xá và quỳ xuống chấp tay lóng nghe*).

Giáo thọ:

Khải bạch Tam Bảo chứng minh,

Các Phật tử, đã phát nguyện rộng lớn rồi, con nay vì các vị mà khải bạch Tam Bảo chứng minh cho các vị thọ giới. Vậy các vị phải nhứt tâm lóng nghe để ý mà nghĩ cho kỹ.

Nên biết rằng, bạch Yết ma lần thứ nhứt rồi, giới pháp tốt lành trong mười phương thế giới, do tâm nghiệp lực các vị thảy đều chấn động.

Bạch lần thứ hai rồi, giới pháp tốt lành trong mười phương thế giới, như mây như lộng che trên đảnh các vị.

Bạch lần thứ ba rồi, giới pháp tốt lành trong mười phương thế giới từ đảnh môn các vị lưu vào trong thân tâm, chánh báo đầy đủ, tột đời vị lai hằng làm giống Phật.

Đây là giới thể vô tác, sắc pháp vô lậu, do chỗ

cơ cảm tăng thượng thiện tâm của quý vị mà được, cho nên các vị phải chí thành đê đầu lãnh thọ.

(*Người thọ giới quỳ như cũ*).

12.e. SÁU GIỚI TRỌNG

Hòa thượng Ni bảo rằng:

Các giới tử nghe cho kỹ, Bồ Tát Xuất gia có 10 giới trọng Vô tận tạng và 48 giới khinh, nhưng các vị là tại gia chỉ có 6 giới trọng và 26 giới khinh,[8] nay xin truyền hỏi sáu giới trọng vậy quý vị phải lóng nghe mà lãnh thọ:

1) **Từ thân thành này đến thân thành Phật, ở trong khoảng giữa, không được cố sát sanh, các vị giữ được không**? (o)

Đáp: **Mô Phật, con giữ được.**

2) **Từ thân thành này đến thân thành Phật, ở trong khoảng giữa, không được cố trộm cắp, các vị giữ được không?** (o)

Đáp: **Mô Phật, con giữ được.**

8. Nghi Thức Truyền Giới Cho Thập Thiện và Bồ Tát Tại Gia, Hòa thượng Thích Trí Thủ soạn dịch, Phật lịch 2534, Dương lịch 1990. https://phatan.org/a1442/nghi-thuc-truyen-gioi-cho-thap-thien-va-bo-tat-tai-gia

3) **Từ thân thành này đến thân thành Phật, ở trong khoảng giữa, không được cố dâm dục, (*tại gia cấm hẳn tà dâm*) các vị giữ được không?** (o)

Đáp: **Mô Phật, con giữ được.**

4) **Từ thân thành này đến thân thành Phật, ở trong khoảng giữa, không được cố nói dối, các vị giữ được không?** (o)

Đáp: **Mô Phật, con giữ được.**

5) **Từ thân thành này đến thân thành Phật, ở trong khoảng giữa, không được cố bán rượu, uống rượu, các vị giữ được không?** (o)

Đáp: **Mô Phật, con giữ được.**

6) **Từ thân thành này đến thân thành Phật, ở trong khoảng giữa, không được cố nói lỗi của người tại gia và xuất gia, các vị giữ được không?** (o)

Đáp: **Mô Phật, con giữ được.**

Chư Tôn đức Giới sư đã trao cho các vị sáu giới trọng rồi, còn 28 giới khinh, các vị phải học mới biết mà giữ cho thanh tịnh.

Các giới tử đã thọ sáu giới trọng của Bồ tát rồi sẽ qua khỏi tứ ma, vượt ra ba cõi, từ đời này đến đời khác cho đến thành Phật. Công đức thật vô lường, vậy quý vị phải cố gắng trì giữ vâng làm.

- Giới tử đáp: **Con xin y giáo phụng hành** (3 lần).

Điển lễ bảo rằng: Lễ thọ Năm Giới, Mười Giới và Bồ tát giới tại gia đã xong, vậy quý vị đứng dậy đảnh lễ Theo lời tôi xướng:

Nhứt tâm đảnh lễ, Nam mô tận hư không biến pháp giới, quá, hiện, vị lai chư Phật, Tôn Pháp, Hiền Thánh Tăng thường trú Tam Bảo. (1 lạy, o)

13. KINH BÁT-NHÃ BA-LA-MẬT

Khi Ngài Quán Tự Tại Bồ Tát thực hành sâu xa pháp Bát-nhã Ba-la-mật-đa, Ngài soi thấy năm uẩn đều không, qua hết thảy khổ ách.

"Này Xá Lợi Phất, sắc chẳng khác không, không chẳng khác sắc, sắc tức là không, không tức là sắc. Thọ, Tưởng, Hành, Thức cũng đều như thế".

"Này Xá Lợi Phất, 'tướng không của mọi pháp' không sanh, không diệt, không dơ, không sạch, không thêm, không bớt, nên trong 'chân không', không có sắc, không có thọ, tưởng, hành, thức, không có mắt, tai, mũi, lưỡi, thân, ý, không có sắc, thinh, hương, vị, xúc, pháp, không có nhãn giới, cho đến không có ý thức giới, không có vô minh, cũng không có cái hết vô minh, cho đến không có già chết, cũng không có cái hết già chết, không có khổ, tập, diệt, đạo, không có trí huệ, cũng không có chứng đắc.

Vì không có chỗ chứng đắc, nên Bồ Tát y theo Bát-nhã Ba-la-mật-đa, tâm không ngăn ngại. Vì không ngăn ngại, nên không sợ hãi, xa hẳn điên đảo, mộng tưởng, đạt tới cứu cánh Niết Bàn.

Chư Phật trong ba đời cũng y theo Bát-nhã Ba-la-mật-đa, được đạo quả vô thượng chánh đẳng chánh giác.

Nên biết Bát-nhã Ba-la-mật-đa là Đại Thần Chú, là Đại Minh Chú, là Vô Thượng Chú, là Vô Đẳng Đẳng Chú, trừ được hết thảy khổ, chân thật không hư". Vì vậy, liền nói Chú Bát-nhã Ba-la-mật-đa:

"Yết đế, yết đế, ba la yết đế, ba la tăng yết đế, bồ đề tát bà ha". (3 lần) (o)

14. TÁN PHẬT

Bậc Đại Giác viên mãn xuất hiện
nơi cõi Ta Bà
Tấm lòng ôm trọn cả thái hư,
Trí giác soi cùng đại thiên thế giới,
Xin rủ lòng từ, xót thương minh chứng.
Thế Tôn dung mạo như vầng nguyệt.
Lịa như mặt nhật phóng quang minh
Hào quang trí tuệ chiếu muôn phương
Hỷ xả từ bi đều thấm nhuận. (o)

Nam Mô Bổn Sư Thích Ca Mâu Ni Phật. (3 lần) (o)

Nam Mô Đương Lai Hạ Sanh Di Lặc Tôn Phật. (3 lần) (o)

Nam Mô A Di Đà Phật. (3 lần) (o)

Nam Mô Quan Thế Âm Bồ Tát. (3 lần) (o)

Nam Mô Đại Thế Chí Bồ Tát. (3 lần) (o)

Nam Mô Địa Tạng Vương Bồ Tát. (3 lần) (o)

Nam Mô Thanh Tịnh Đại Hải Chúng Bồ Tát. (3 lần) (ooo)

15. HỒI HƯỚNG

Truyền trì giới thâm diệu
Tạo công đức vô biên
Đệ tử xin hồi hướng
Cho chúng sinh mọi miền. (o)

Pháp môn xin nguyện học
Ân nghĩa xin nguyện đền

Phiền não xin nguyện đoạn
Quả Phật xin chứng nên. (ooo)

16. PHỤC NGUYỆN

Nam mô A Di Đà Phật

Ba ngôi báu sáng ngời soi lối,
mười phương Tam Bảo chứng minh.

Oai thần hộ niệm gia trì,
Thánh chúng Long thiên ủng hộ.

Sát-na dâng trọn lòng thành,
giới đức trang nghiêm tự tánh.

Hôm nay, ngày ...... tháng ...... năm ......, **đệ tử chúng con là Tỳ-kheo-ni ...... cùng Ban giới sư (Tam sư Thất chứng), một dạ chí thành, vân tập tại Đại hùng bảo điện Chùa Hương Sen, bang California, Hoa Kỳ, viên mãn công đức thiết lễ truyền trao Năm giới, Mười giới Thập thiện và Bồ-tát giới tại gia cho các hàng Phật tử thuần thành.**

Vừa rồi bao nhiêu công đức, bấy nhiêu

hương hoa, thành kính hướng về tòa sen báu, một lòng phần hương Phục nguyện:

- **Cầu nguyện: Đạo tràng Chùa Hương Sen ngày một hưng long, sớm thành chốn già lam thanh tịnh, nghiêm chỉnh tu trì; thiện tín quy hướng ngày càng đông đảo, đàn việt phát tâm, chư thiên hộ pháp, Bồ-tát mười phương dũ lòng gia hộ, giúp cho mọi Phật sự được hanh thông, các thiện duyên đều viên thành mỹ mãn.**
- **Cúi nguyện: Phật nhật tăng huy, pháp luân thường chuyển, phong điều vũ thuận, quốc thái dân an, thiên tai tiêu trừ, dịch bệnh hóa giải, vạn loại hàm linh đồng triêm lợi lạc.**
- **Tái nguyện: Chư tôn đức Giới sư pháp thể khinh an, tuệ đăng thường chiếu, phước trí nhị nghiêm, mãi là tàng cây đại thụ che chở và nâng đỡ hàng hậu học trên lộ trình tu tập phụng sự.**
- **Lại nguyện: Toàn thể các giới tử thọ nhận giới pháp hôm nay, nỗ lực tinh tấn thực hành Giới - Định - Tuệ; nguyện cho**

báo chướng, nghiệp chướng, phiền não chướng thảy đều tiêu trừ; thiện căn tăng trưởng, tâm bồ-đề kiên cố, đời này làm bậc cư sĩ mẫu mực ích đạo lợi đời, mai sau đồng dự hội Long Hoa, viên thành Phật quả.

Sau cùng: Nguyện đem công đức này, hướng về khắp tất cả, đệ tử và chúng sanh, đều trọn thành Phật đạo. (o)

Đại chúng đồng niệm:

Nam Mô A Di Đà Phật. (o)

17. TAM QUY

Con nương theo Phật,
Cầu cho chúng sanh
Tin chắc Đạo cả,
Phát lòng vô thượng. (1 lạy, o)

Con nương theo Pháp,
Cầu cho chúng sanh

Thấu rõ kinh tạng,
Trí huệ như biển. (1 lạy, o)

Con nương theo Tăng,
Cầu cho chúng sanh
Kính tín hòa hợp,
Tất cả không ngại. (1 lạy, ooo)

18. TÁC BẠCH TẠ ÂN CHƯ TÔN GIỚI SƯ

(Giới tử Năm giới, Mười giới và Bồ tát giới tại gia)

Nam Mô Bổn Sư Thích Ca Mâu Ni Phật.

Ngưỡng bái bạch quý Ni trưởng, quý Ni sư trong Ban Giới sư,

Chúng con pháp danh là ......, đại diện cho toàn thể các giới tử cầu thọ Năm giới, Mười giới Thập Thiện và Bồ-tát giới tại gia hôm nay, thành tâm đê đầu đỉnh lễ quý Ngài.

Kính bạch quý Ngài,

Chúng con tự biết thân phận phàm phu giữa dòng đời vạn biến, nghiệp chướng sâu dày. Nhưng nhờ hồng ân Tam Bảo gia hộ, và đặc biệt là nhờ lòng thùy từ lân mẫn, thương tưởng hàng cư sĩ tại gia của quý Ni trưởng, quý Ni sư, đã không quản ngại đường xá xa xôi, quang lâm về bổn tự Chùa Hương Sen để mở lòng từ bi, đăng đàn truyền trao giới pháp cho chúng con.

Giờ này, trong giờ phút thiêng liêng khi giới thể đã được châu viên, các điều giới tướng cao quý đã được truyền trao trọn vẹn, lòng chúng con ngập tràn niềm hỷ lạc và xúc động nghẹn ngào.

Đuốc tuệ khơi nguồn,
soi sáng nẻo về bến giác,

Ân thâm trao giới,
ngàn đời con phật khắc ghi.

Trước chánh điện trang nghiêm, đối trước dung nhan từ ái của Chư tôn Giới sư, chúng con xin thành tâm phát nguyện:

Suốt đời nghiêm thân, cẩn mật giữ gìn giới thể vừa lãnh thọ cho được thanh tịnh, nỗ lực làm người công dân tốt, người Phật tử chân thuần; nguyện đem hết tâm lực thực hành đời sống đạo đức, hộ trì Tam Bảo thường trụ ở thế gian, hầu báo đáp phần nào ân đức sâu dày của mười phương Chư Phật và của Chư tôn Giới sư.

Giờ đây, với tấm lòng thành kính tri ân mười muôn phần khó tả, chúng con có sắm sửa chút lễ vật mọn gồm tịnh tài và tịnh vật, kính dâng lên cúng dường Chư tôn Giới sư. Kính mong quý Ngài mở lòng từ bi hỷ xả, ai mẫn nạp thọ để hàng giới tử tại gia chúng con được gieo phước điền và ân triêm công đức.

Kính nguyện cầu mười phương Tam Bảo thùy từ gia hộ cho quý Ni trưởng, quý Ni sư trong Ban Giới sư pháp thể khinh an, đạo thọ miên trường, tuệ đăng thường chiếu, luôn là tàng cây đại thụ che chở và dìu dắt các hàng cư sĩ chúng con trên con đường học đạo, phụng sự nhân sinh.

Nam Mô Chứng minh Sư Bồ Tát Ma Ha Tát. (o)

Đợi Chư tôn Giới sư ban lời đạo từ hoặc đáp lễ xong, rồi Giới tử tiếp tục bạch:

Giới tử:

Trên Quý Ni trưởng, Ni sư trong Ban Giới sư đã từ bi mẫn nạp lễ vật và ban bố lời đạo từ quý báu cho chúng con. Giới tử chúng con xin thành kính y giáo phụng hành.

Giới tử cùng đọc:

Chúng con xin y giáo phụng hành.
(3 lần, ooo)

Giờ đây, chúng con xin đê đầu đảnh lễ cúng dường Chư tôn Giới sư ba lạy. (3 lạy, ooo)

- Chụp hình lưu niệm
- Hoàn mãn

THAM KHẢO

1.*Giới Đàn Ni*, soạn dịch: TT Thích Minh Phát, NXB Tôn Giáo, 2013.

2. *Nghi thức truyền thọ Ba Quy và Năm Giới,* Thích Nhất Hạnh

https://langmai.org/tang-kinh-cac/vien-sach/thien-tap/de-co-mot-tuong-lai/chuong-5-nghi-thuc-truyen-tho-ba-quy-va-nam-gioi/

3. Nghi Thức Truyền Giới Cho Thập Thiện và Bồ Tát Tại Gia, Hòa thượng Thích Trí Thủ soạn dịch, Phật lịch 2534, Dương lịch 1990.

https://phatan.org/a1442/nghi-thuc-truyen-gioi-cho-thap-thien-va-bo-tat-tai-gia

4. Cương Yếu Giới Luật, Hòa Thượng Thánh Nghiêm, Thích nữ Tuệ Đăng dịch Nhà xuất bản Thời Đại, 2010.

https://www.thuvienhoasen.org/a9851/chuong-5-thuc-xoa-ma-ni

5. *Nghi lễ Hàng ngày*, Thích Nữ Giới Hương, NXB Hồng Đức, 2023.

https://www.huongsentemple.com/index.php/vn/phat-phap/nghi-la-ha-ng-nga-y

www.ingramcontent.com/pod-product-compliance
Lightning Source LLC
LaVergne TN
LVHW100733061126
851857LV00011B/527
* 9 7 9 8 2 5 6 1 6 0 5 7 9 *